የመጀመሪያው የስዕል መዝገበ ቃላት
እንስሳት

First Picture Dictionary
Animals

አሳማ
Pig

ጥንቸል
Rabbit

ቢራቢሮ
Butterfly

ቀበሮ
Fox

በአና ኢቫኒር የተሣለ

www.kidkiddos.com
Copyright ©2025 by KidKiddos Books Ltd.
support@kidkiddos.com

All rights reserved. No part of this book may be reproduced in any form or by any electronic or mechanical means, including information storage and retrieval systems, without written permission from the publisher, except in the case of a reviewer, who may quote brief passages embodied in critical articles or in a review.
First edition, 2025

Library and Archives Canada Cataloguing in Publication
First Picture Dictionary – Animals (Amharic English Bilingual edition)
ISBN: 978-1-83416-453-3 paperback
ISBN: 978-1-83416-454-0 hardcover
ISBN: 978-1-83416-452-6 eBook

የዱር እንስሳት
Wild Animals

አንበሳ / Lion

ነብር / Tiger

ቀጭኔ / Giraffe

✦ ቀጭኔ በየብስ ላይ ካሉ እንስሳት ሁሉ ረጅሙ ነው።
✦ A giraffe is the tallest animal on land.

ዝሆን / Elephant

ጦጣ / Monkey

የዱር እንስሳት
Wild Animals

ጉማሬ
Hippopotamus

ፓንዳ
Panda

ቀበሮ
Fox

አውራሪስ
Rhino

አጋዘን
Deer

ሙስ
Moose

ተኩላ
Wolf

✦ሙስ በጣም ጥሩ ዋናተኛ ሲሆን ተክሎችን ለመመገብ ከውሃ በታች መጥለቅ ይችላል!
✦A moose is a great swimmer and can dive underwater to eat plants!

ሽኮኮ
Squirrel

ኮአላ
Koala

✦ሽኮኮ ለክረምት ፍሬዎችን ይደብቃል ፤ ግን አንዳንድ ጊዜ የት እንዳስቀመጣቸው ይረሳል።
✦A squirrel hides nuts for winter, but sometimes forgets where it put them!

ጎሪላ
Gorilla

የቤት እንስሳት
Pets

ካናሪ
Canary

ጊኒ አሳማ
Guinea Pig

✦ እንቁራሪት በሳምባዋ ብቻ ሳይሆን በቆዳዋም መተንፈስ ትችላለች!
✦ *A frog can breathe through its skin as well as its lungs!*

እንቁራሪት
Frog

ሀምስተር
Hamster

ወርቅ ዓሳ
Goldfish

ውሻ
Dog

✦ እንዳንድ በቀቀን ቃላትን መገልበጥ እና እንደ ሰው መሳቅ ይችላሉ!
✦ *Some parrots can copy words and even laugh like a human!*

ድመት
Cat

በቀቀን
Parrot

ባድጀር
Badger

ጃርት
Porcupine

ግራውንድሆግ
Groundhog

✦እንሽላሊት ጅራቷን ካጣች አዲስ ጅራት ማብቀል ትችላለች!
✦*A lizard can grow a new tail if it loses one!*

እንሽላሊት
Lizard

ጉንዳን
Ant

ትናንሽ እንስሳት
Small Animals

እስስት
Chameleon

ሸረሪት
Spider

✦ ሰጎን ትልቁ ወፍ ነው፤ ግን መብረር አይችልም!
✦ An ostrich is the biggest bird, but it cannot fly!

ንብ
Bee

✦ ቀንድ አውጣ ቤቱን በጀርባው ተሸክሞ በጣም በዝግታ ይንቀሳቀሳል።
✦ A snail carries its home on its back and moves very slowly.

ቀንድ አውጣ
Snail

አይጥ
Mouse

ፀጥ ያሉ እንስሳት
Quiet Animals

ሌዲባግ
Ladybug

ዔሊ
Turtle

✦ዔሊ በየብስም በውሃም መኖር ይችላል።
✦*A turtle can live both on land and in water.*

ዓሣ
Fish

እንሽላሊት
Lizard

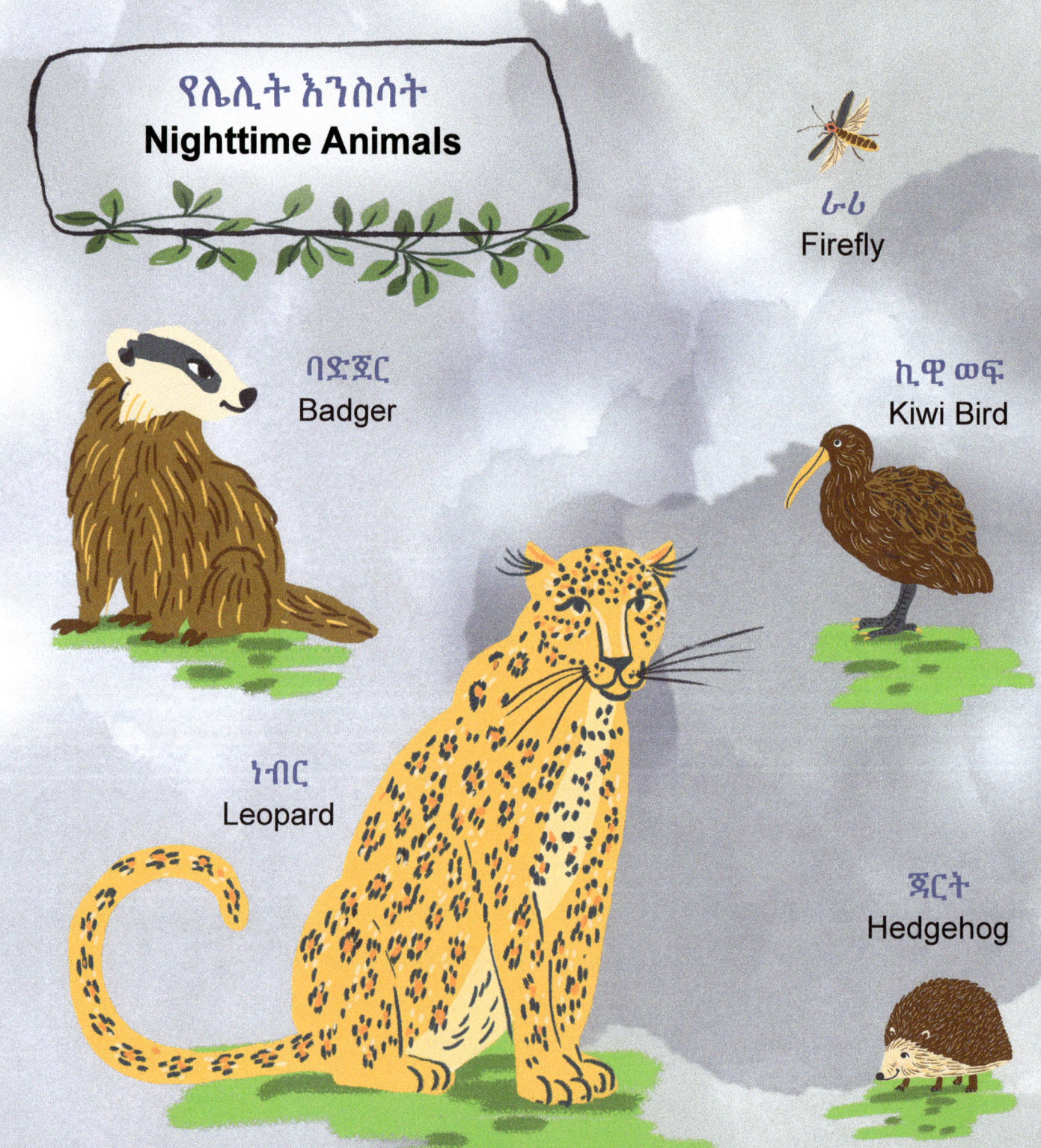

ጉጉት
Owl

የሌሊት ወፍ
Bat

✦ራሪ ሌላ ራሪ ለማግኘት በሌሊት ያበራል።
✦A firefly glows at night to find other fireflies.

✦ጉጉት በሌሊት ያድናል እና ምግብ ለማግኘት የመስማት ችሎታውን ይጠቀማል!
✦An owl hunts at night and uses its hearing to find food!

ራኮን
Raccoon

ታራንቱላ
Tarantula

ባለቀለም እንስሳት
Colorful Animals

ፍላሚንጎ ሮዝ ነው
A flamingo is pink

ጉጉት ቡናማ ነው
An owl is brown

ስዋን ነጭ ነው
A swan is white

ኦክቶፐስ ሐምራዊ ነው
An octopus is purple

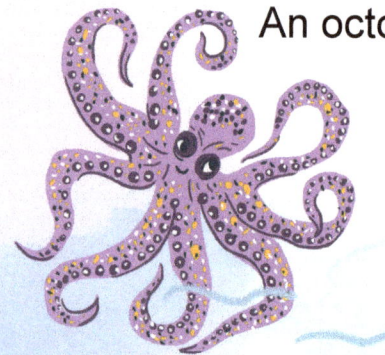

እንቁራሪት አረንጓዴ ነው
A frog is green

✦ እንቁራሪት አረንጓዴ ነው፣ ስለዚህ በቅጠሎች መካከል መደበቅ ይችላል።
✦ *A frog is green, so it can hide among the leaves.*

የዋልታ ድብ
ነጭ ነው
A polar bear is white

ቀበሮ ብርቱካንማ ነው
A fox is orange

ኮአላ ግራጫ ነው
A koala is grey

ፓንተር ጥቁር ነው
A panther is black

ጫጩት ቢጫ ነው
A chick is yellow

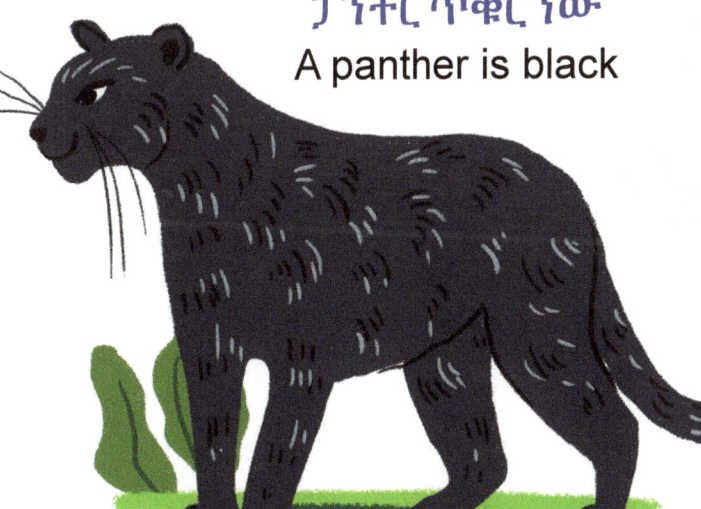

እንስሳት እና ግልገሎቻቸው
Animals and Their Babies

ላም እና ጥጃ
Cow and Calf

ድመት እና ድምር
Cat and Kitten

ዶሮ እና ጫጩት
Chicken and Chick

✦አንድ ጫጩት ከመፈልፈሉ በፊትም ከእናቱ ጋር ይነጋገራል።
✦*A chick talks to its mother even before it hatches.*

ውሻ እና ቡችላ
Dog and Puppy

ቢራቢሮ እና አባጨንጌሬ
Butterfly and Caterpillar

በግ እና ጠቦት
Sheep and Lamb

ፈረስ እና የፈረስ ግልገል
Horse and Foal

አሳማ እና አሳማ ግልገል
Pig and Piglet

ፍየል እና ጠቦት
Goat and Kid

www.ingramcontent.com/pod-product-compliance
Lightning Source LLC
LaVergne TN
LVHW072001060526
838200LV00010B/253